ராமகிருஷ்ண பரமஹம்ஸர்
அருளிய கதைகள்

ராமகிருஷ்ண பரமஹம்ஸர்

சத்யா

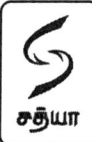

Title
Ramakrishna paramahamsa
Aruliya kathaigal
Ramakrishna paramahamsa
ISBN : 978-93-6666-066-0

Title Code : Sathyaa - 151

நூல் தலைப்பு
ராமகிருஷ்ண பரமஹம்ஸர்
அருளிய கதைகள்

நூல் ஆசிரியர்
ராமகிருஷ்ண பரமஹம்ஸர்

முதற்பதிப்பு
மே 2025

விலை : ₹ 60

பக்கம் : 52

Printed in India

Published by

Sathyaa Enterprises
No.134, First Floor,
Choolaimedu high road, Choolaimedu,
Chennai - 600 094.
044 - 4507 4203

Email
sathyaabooks@gmail.com

உள்ளே...

1. மதச்சண்டை — 5
2. நடிப்புப் பைத்தியம் — 7
3. கணக்குப் பிள்ளையின் ஆணவம் — 9
4. ஆட்டுப்புலி — 11
5. உண்மையான பக்தி — 14
6. வீண் சிந்தனைகள்
7. கோயிலும் உள்ளமும் — 19
8. அருள் நிறைந்த அன்னை — 21
9. மூன்று கிணறுகள் — 24
10. நீர்மேல் நடந்தவர் — 27
11. கடவுள் பெயர் உயர்வுதரும் — 29
12. நாய் வளர்த்த மனிதன் — 31
13. பணம் கொண்ட பிராமணன் — 33
14. சண்டை நல்லதா? சமாதானம் நல்லதா? — 35
15. வாந்தி பேதிப் பிசாசின் கதை — 39
16. காக்கும் தெய்வமே கொன்றால் — 43
17. பரமனை அழைத்த பக்தன் — 45
18. திருடன் போட்ட வேடம் — 47
19. ஏழாவது வாசல் — 51

1. மதச்சண்டை

இரண்டு மனிதர்கள் ஒரு பனந்தோப்பு வழியாகப் போய்க் கொண்டிருந்தார்கள். பேசிக் கொண்டே போய்க் கொண்டிருக்கும் போது, ஒரு மனிதன் அங்கு நின்ற பனை மரத்தின் மேல் ஒரு பச்சோந்தி இருப்பதைக் கவனித்தான்.

"அதோ, அந்தப் பனை மரத்தில் ஓர் ஒந்தியிருக்கிறது. பார் நல்ல சிவப்பு நிறம்" என்றான்.

இரண்டாவது மனிதன் "எந்தப் பனை மரம் எந்த பனை மரம்?" என்று கேட்டுக் கடைசியாக அவன் சுட்டிக் காட்டிய மரத்தைப் பார்த்தான். அதில் இருந்த ஒந்தியையும் பார்த்தான்.

"பனைமரம் இருக்கிறது. அதில் ஒந்தியும் இருக்கிறது. ஆனால் அதன் நிறம் சிவப்பல்ல, நீலநிறம்" என்று சொன்னான் இரண்டாவது மனிதன்.

'சிவப்புக்கும் நீலத்துக்கும் வேற்றுமை தெரியாமல் உளறுகிறானே இவன்' என்று நினைத்துக் கொண்டான் முதல் மனிதன்.

"அடே அது சிவப்பு நிறமடா, சிவப்பு நிறம்!" என்றான்.

"இல்லையில்லை அது நீலநிறம் தான்" என்றான் இரண்டாவது ஆள்.

"சிவப்பு சிவப்புத் தான்!" என்று கத்தினான் முதல் மனிதன்.

"இல்லை நீலம், நீலமேதான்!" என்று கூச்சலிட்டான் இரண்டாவது ஆள்.

இப்படி இவர்கள் சண்டையிட்டுக் கொண்டிருக்கும் போது அந்த வழியாக வேறொரு மனிதன் வந்தான்.

இரண்டு மனிதர்களும் அவனை அருகில் அழைத்தார்கள்.

"ஐயா, ஓந்தி சிவப்பு நிறம் தானே!" என்று கேட்டான் முதல் ஆள்.

"ஆமாம்" என்றான் புது ஆள்.

"என்னையா இப்படி சொல்கிறீர்? நன்றாகப் பார்த்துச் சொல்லும் ஓந்தி நீல நிறம் தானே?" என்று கேட்டான் இரண்டாமவன்.

"ஆமாம்" நீலநிறம் தான் என்றான் புது ஆள்.

"என்னையா, நான் கேட்டாலும் ஆமாம் போடுகிறீர்? அவன் கேட்டாலும் ஆமாம் என்கிறீர்? உமக்கென்ன பைத்தியமா?" என்று கேட்டான் முதல்வன்.

"பைத்தியம் எனக்கல்ல, உங்களுக்குத் தான். ஓந்தி நேரத்துக்கு நேரம் நிறம் மாற்றிக் கொள்ளும். நீர் பார்த்த போது சிவப்பாயிருந்தது. அவர் பார்த்த போது நீலமாகி விட்டது. இன்னொரு முறை பார்த்தால் பச்சையாகவும் காட்சியளிக்கும்" என்றான் அந்தப் புதுமனிதன்.

இருவரும் தெளிவு பெற்றார்கள். கடவுளும் இப்படித்தான். பிள்ளையாராக இருப்பவரும் கடவுள்தான்; பெருமாளாக இருப்ப வரும் கடவுள்தான். இந்த உண்மையை அறியாமல் மதச்சண்டை போடுபவர்கள் பைத்தியக்காரர்கள்.

❖

2. நடிப்புப் பைத்தியம்

ஒரு மனிதன் பணம் தேவைப்பட்ட போதெல்லாம் கடன் வாங்கிக் கொண்டிருந்தான். கடனை அடைக்கும் வகையில் அவன் தொழிலை வளர்க்கவில்லை. தேவைப்படும் போதெல்லாம் மீண்டும் மீண்டும் கடன் வாங்கிக் கொண்டேயிருந்தான். இதனால் கடன் அதிகமாகிவிட்டது. கடன் கொடுத்தவர்கள் பலர். அவர்கள் அடிக்கடி அவனைத் தொந்தரவு செய்து கொண்டிருந்தார்கள்.

கடனையோ அவனால் திருப்பிக் கொடுக்க முடியாது. ஆனால் கடன் கொடுத்தவர்கள் தொல்லையோ நாளுக்கு நாள் அதிகமாகி கொண்டு வந்தது. இதிலிலிருந்து எப்படித் தப்புவது என்று அந்த மனிதன் யோசனை செய்தான். அவன் ஒரு வழியைக் கண்டு பிடித்தான். பைத்தியம் பிடித்தவன் போல் பாசாங்கு செய்தான்.

உறவினர்கள் அவனுடைய பைத்தியத்தைத் தெளிவிப்பதற்காக, வைத்தியர்களைக் கூட்டி வந்து காண்பித்தார்கள். வைத்தியர்கள் வந்து பார்த்து மருந்து கொடுத்துப் போனார்கள்.

மருந்து கொடுக்கக் கொடுக்க அவனுடைய பாசாங்கும் அதிகரித்தது. அந்த வைத்தியர் சரியில்லை, இந்த வைத்தியர் சரியில்லை என்று

உறவினர்கள் வேறு வேறு வைத்தியர்களைக் கூட்டிக் கொண்டு வந்து காண்பித்தார்கள்.

கடைசியாக ஒரு வைத்தியர் வந்தார். அவர் அனுபவம் நிறைந்தவர். சிறந்த அறிவாளி. அவர் அவன் கையைப் பிடித்துப் பார்த்தார். நாக்கை நீட்டச் சொல்லிப் பார்த்தார். அவனுடைய செயல்களைக் கூர்ந்து கவனித்தார். இது உண்மையான பைத்தியம் அல்ல என்று தெரிந்து கொண்டார்.

பைத்தியக்காரனைத் தனியாக அழைத்துச் சென்றார்.

"அடே! நீ செய்வது சரியல்ல, நீண்ட நாள் இப்படியே பாசாங்கு செய்து கொண்டிருந்தாயானால், உனக்கு உண்மையாகவே பைத்தியம் பிடித்துவிடும். இப்பொழுதே உன்னிடம் சில பைத்தியக் குறிகள் தென்படுகின்றன, எச்சரிக்கையாயிரு" என்று கூறினார்.

இதைக் கேட்ட அந்த மனிதன் பயந்து போனான். அன்று முதல் பைத்தியக்காரனைப் போல் பாசாங்கு செய்வதை நிறுத்தி விட்டான்.

இடைவிடாது நீ எப்படியிருப்பதாகக் காட்டிக் கொள்கிறாயோ, அப்படியே ஆகிவிடுவாய். ஆகவே நல்லவனாக இருப்பதாகக் கொள்வாயானால், நல்லவனே ஆகிவிட முடியும்.

❖

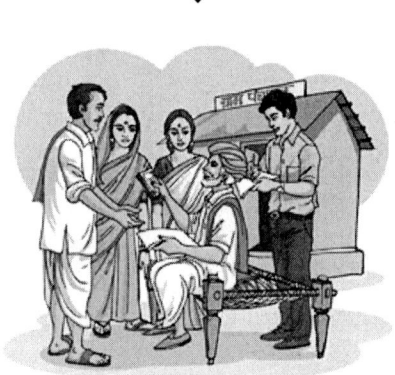

3. கணக்குப் பிள்ளையின் ஆணவம்

ஒரு ஊரில் ஒரு பணக்காரன் இருந்தான். ஒரு முறை அவன் வெளிநாடு போக வேண்டியிருந்தது. அதனால், அவன் தன் கணக்குப் பிள்ளையின் பொறுப்பில் தன் சொத்துக்களை ஒப்படைத் தான். தான் திரும்பி வரும் வரை தன் சொத்துக்களைப் பாதுகாத்து வரும்படி ஆணையிட்டான். அவன் வெளிநாட்டுக்குப் புறப்பட்டுப் போய்விட்டான்.

பணக்காரன் வெளிநாடு சென்ற பிறகு, கணக்குப் பிள்ளையின் அதிகாரம் அளவுக்கு மிஞ்சியது. அவன் எல்லாச் சொத்துக்களையும் தன்னுடையதாகவே பாவித்துக் கொண்டான், மிகுந்த அதிகாரம் செலுத்தி வந்தான். அவனுடைய அளவுக்கு மீறிய அதிகாரத்தைக் கண்டு "இது என்ன இவையெல்லாம் உன்னுடைய சொத்துக்கள் தானா?" என்று யாரேனும் கேட்டால், "ஆம், என்னுடைய சொத்துக்கள் தான்!" என்று கர்வத்தோடு பதிலளிப்பான். "இந்தத் தோட்டம், வீடு எல்லாம் என்னுடையவைதான்! என் விருப்பப்படி தான் செய்வேன்" என்று கூறி வந்தான்.

நாளுக்கு நாள் கணக்குப் பிள்ளையின் ஆணவமும், அதிகாரப் போக்கும் வளர்ந்து வந்தன. அந்தப் பணக்காரனுடைய

தோட்டத்தில் ஒரு குளம் இருந்தது. அந்தக் குளத்தில் நிறைய மீன்கள் இருந்தன. அந்த மீன்களை யாரும் பிடிக்கக் கூடாதென்பது பணக்காரனின் கட்டளை.

பிற உயிர்களைக் கொல்லக் கூடாது என்பது பணக்காரனின் கொள்கை. அதனால் அவன் தன் தோட்டத்துக் குளத்தில் இருந்த மீன்களைப் பேணி வளர்த்து வந்தான். பணக்காரன் ஊரில் இருந்த வரையில் யாரும் அந்தக் குளத்தில் மீன் பிடிப்பதில்லை. அவன் வெளிநாடு சென்ற பிறகு கூட யாரும் அந்தக் குளத்தில் மீன் பிடிக்க வருவதில்லை. ஆனால் ஆணவம் மிகுந்த அந்தக் கணக்குப் பிள்ளை பணக்காரனின் கட்டளையை மதிக்கவில்லை. அவனே அந்தக் குளத்தில் மீன் பிடிக்கத் தொடங்கினான்.

ஒரு நாள் கணக்கப் பிள்ளை மீன் பிடித்துக் கொண்டிருந்த போது, வெளிநாட்டுக்குச் சென்றிருந்த பணக்காரன் திரும்பி வந்து விட்டான். தோட்டத்தின் பக்கமாக நடந்து சென்ற பணக்காரன், குளத்தின் அருகில் வந்தான். அங்குப் கணக்குப் பிள்ளை மீன் பிடித்துக் கொண்டிருப்பதை நேரில் பார்த்து விட்டான். அவனுக்கு வந்த கோபத்துக்கு அளவேயில்லை.

தன் சொத்துக்களையெல்லாம் பாதுகாத்து வரும்படி ஒப்படைத் திருக்க, அந்தக் கணக்குபிள்ளை கட்டளையை மீறி மீன் பிடித்துக் கொண்டிருந்தது அவனுக்கு எரிச்சலைக் கொடுத்தது. நம்பிக்கைக்குப் பாத்திரமற்ற அந்தக் கணக்குப் பிள்ளையை அவன் அப்பொழுதே வீட்டை விட்டுத் துரத்திவிட்டான்.

கணக்குப்பிள்ளை, யாருக்கும் தெரியாமல் சேர்த்து வைத்திருந்த பணத்தையெல்லாம் பணக்காரன் பறிமுதல் செய்து விட்டான். கணக்குப் பிள்ளைக்குச் சொந்தமான சில செப்புத் தவளைகள் இருந்தன. அவற்றை ஓர் ஓட்டைப் பெட்டியில் அடுக்கி வைத்திருந் தான். அவற்றைக் கூட அவன் எடுத்துக் கொண்டு போக முடிய வில்லை.

மற்றவனுடைய சொத்துக்கு உரிமை கொண்டாடிய கணக்குப் பிள்ளை தனக்குரிய சிறு சொத்தைக் கூட இழக்க நேர்ந்தது. வீண் ஆணவம் நன்மை விளைக்காது.

❖

4. ஆட்டுப் புலி

ஒரு காட்டில் ஒரு பெண்புலி இருந்தது. அது அப்போது கர்ப்பமாயிருந்தது. அதன் வயிற்றில் ஒரு புலிக்குட்டி தோன்றிப் பிறக்கவிருந்தது. இன்றோ நாளையோ புலி குட்டி போட்டு விடக் கூடிய நிலையில் இருந்தது. அப்போது அந்தப் புலி இருந்த வழியாக ஓர் ஆட்டு மந்தை போய்க் கொண்டிருந்தது. ஆட்டு மந்தையைக் கண்டவுடன் பெண்புலியின் மனத்தில் ஆசை பிறந்தது. ஆட்டு ரத்தத்தைக் குடிக்க வேண்டுமென்று அது ஆசைப்பட்டது. எனவே, அது அந்த ஆட்டு மந்தையின் மேல் பாய்ந்தது. நன்றாகக் கொழுத்த ஓர் ஆட்டை நோக்கி அது பாய்ந்தது. அது பாயும் போது அந்த ஆடு விலகிச் சென்றபடியால் அது குறி தவறித் தரையில் மோதி விழுந்தது. அந்த அதிர்ச்சியில் அதன் உயிர் போய்விட்டது. அதே சமயத்தில் அதிர்ச்சியின் காரணமாக வயிற்றில் இருந்த குட்டியும் பிறந்து விட்டது.

உயிருடன் பிறந்த புலிக்குட்டி ஆடுகளோடு சேர்ந்து வாழலாயிற்று. பிறந்ததிலிருந்தே ஆடுகளோடு சேர்ந்து அது வளர்ந்து வந்ததால் அதற்கு ஆடுகளின் பழக்க வழக்கமே உண்டாயிற்று. ஆடுகள் மேயும்

புல், பூண்டு, இலை, தழைகளையே அதுவும் மேய்ந்து வந்தது. ஆடுகள் கத்துவது போலவே 'அம்மம்மே மெம்மம்மே' என்று அதுவும், கத்திப் பழகியது. உருவம் தான் புலியாக இருந்ததே ஒழிய அதன் செயல்கள், ஆட்டுப் போக்காகவே இருந்தன. இப்படியே வளர்ந்து அது ஒரு பெரிய ஆடாகி விட்டது.

ஒரு நாள் வேறொரு புலி இந்த ஆட்டு மந்தையுள் புகுந்து வேட்டையாடியது. அந்தப் புலியைக் கண்டு ஆடுகள் பயந்து ஓடின. ஆட்டுக் கூட்டத்துப் புலியும் பயந்து அலறிக் கொண்டு ஓடியது. புதுப் புலிக்கு இந்த ஆட்டுப் புலியின் செயல் வினோதமாகப் பட்டது. அது ஆடுகளின் மீது பாய்வதை நிறுத்திவிட்டு ஆட்டுப் புலியைத் துரத்திச் சென்று கழுத்தைப் பற்றிப் பிடித்தது. பிடிப்பட்ட புலி, 'அம்மம்மே' என்று கத்தியதும் புதுப்புலிக்கு மிக அருவருப்பா யிருந்தது. அது ஆட்டுப் புலியைத் தர தர வென்று இழுத்துக் கொண்டு குளத்துக்குச் சென்றது. குளத்தின் கரையில் அதை நிறுத்தி நீருக்குள் அதன் உருவத்தைக் காட்டியது.

"இதோ பார், நீயும் நானும் ஒரே மாதிரி தான் இருக்கிறோம். நாம் இருவரும் புலிகள், ஒரு புலி பயந்து ஓடலாமா? தின்னப்பட வேண்டிய ஆடுகளோடு சேர்ந்து வாழலாமா? இதோ பார் இந்த ஆட்டிறைச்சியைத் தின்னு" என்று கூறிப் புதுப்புலி ஆட்டிறைச்சித் துண்டொன்றை நீட்டியது.

ஆட்டுப்புலி தின்ன மாட்டேனென்று மறுத்தது. "நான் புலியல்ல ஓர் ஆடுதான். என்னை விட்டு விடு" 'மெம்மெம்மே' என்று கத்தியது.

புதுப்புலி சும்மா விடவில்லை. இரத்தம் வழியும் இறைச்சித் துண்டு ஒன்றைப் பழைய ஆட்டுப் புலியின் வாயில் பலவந்தமாகத் திணித்தது. தன் நாக்கில் இரத்தம் பட்டதும், அந்த இரத்தச் சுவை அதற்குப் புதிய உணர்ச்சியை ஊட்டியது. அதை மேலும் மேலும் பருக வேண்டும் என்று தன்னையறியாமலே அதற்கு ஓர் ஆசை தோன்றியது. புதுப்புலி வைத்திருந்த இறைச்சித் துண்டுகளை யெல்லாம் கடித்துக் கடித்துத் தின்னத் தொடங்கியது. இத்தனை நாளும் தான் அடையாத ஓர் இன்பத்தை அடைந்தது போல அதற்குத் தோன்றியது. பழக்க வழக்கத்தால் மறைந்திருந்த அதன்

புலிக்குணம் அதனிடம் திரும்பி விட்டது. தானும் ஒரு புலி என்ற உணர்வு அதற்கு வந்து விட்டது.

"இப்பொழுது தெரிகிறதா, நீயும் என்னைப் போல ஒரு புலிதான். இந்த ஆடுகள் நாம் அடித்துத் திண்பதற்காகவே இருக்கின்றன, சேர்ந்து வாழ்வதற்காக அல்ல. வா, வா குகைக்குப் போகலாம்" என்று புதுப்புலி அழைத்தது.

பழைய புலி உறுமிக் கொண்டு அதைப் பின் தொடர்ந்தது.

தான் யாரென்று அறியாத வரையில் மனிதன் தன் குணத்துக்கு மாறாக மூடச் செயல்களைச் செய்கிறான். அவன் தன்னையறிந்த பிறகுதான் இறைவனுக்குகந்த இனிய செயல்களைச் செய்யத் தொடங்குகிறான். தான் யார் என்பதை மனிதன் அறியும் போது தன்னுள் இருக்கும் கடவுள் உணர்வைப் பெறுகின்றான்.

5. உண்மையான பக்தி

நாரத முனிவர், கடவுள் பக்தியில் தனக்கு மேற்பட்டவர் யாரும் இல்லை என்று ஒரு சமயம் நினைத்துக் கொண்டார். கடவுள் அவருடைய எண்ணத்தை அறிந்தார். அவருடைய நினைப்புச் சரியல்ல என்பதை அவருக்கு உணர்த்த எண்ணினார் இறைவன்.

ஒருநாள் இறைவன் நாரதரை அழைத்தார். "நாரதரே பூவுலகில் ஓர் இடத்தில் என் பக்தன் ஒருவன் இருக்கிறான். அவனைப் போய்ப் பார்த்துவிட்டு வாரும்" என்றார் கடவுள்.

அந்த மனிதன் இருக்கும் இடத்தைக் கேட்டுக் கொண்டு நாரதர் அவனிடம் சென்றார். ஒரு நாள் முழுவதும் அவனுடனேயே இருந்தார். அவன் என்ன செய்கிறான் என்பதைக் கவனித்தார்.

அந்த மனிதன் ஒரு குடியானவன். அவன் காலையில் படுக்கையை விட்டு எழுந்திருந்தான். எழுந்தவுடன் "ஸ்ரீஹரி" என்று ஒரு முறை கூறினான். கலப்பையை எடுத்துத் தோளில் போட்டுக் கொண்டான். தொழுவத்தில் சென்று மாடுகளை அவிழ்த்தான். அவற்றை ஓட்டிக் கொண்டு வயலுக்குச் சென்றான். நாள் முழுவதும் வயலை உழுதான். இருட்டிய பிறகு வீட்டுக்கு வந்தான். கை, கால், முகம்

கழுவிக் கொண்டான். மனைவி படைத்த சோற்றையுண்டான். சிறிது நேரம் பேசிக் கொண்டிருந்தான். பிறகு பாயை விரித்துப் படுத்துக் கொண்டான். படுக்கும் போது ஒரு முறை "ஸ்ரீஹரி" என்று சொன்னான். பிறகு நன்கு அயர்ந்து தூங்கி விட்டான்.

அவன் செயல்களையெல்லாம் கூடவேயிருந்து கவனித்த நாரதர் வைகுண்டத்திற்குத் திரும்பினார். கடவுள் இருக்குமிடம் நோக்கிச் சென்றார். "இறைவா, அந்தப் பட்டிக் காட்டானைப் போய் தங்கள் பக்தன் என்று சொன்னீர்களே. அவன் தன் வேலை ஒன்றையே கவனிக்கின்றான்.

தங்களைப் பற்றி அவன் நினைக்கவேயில்லையே. கோயிலுக்குப் போகின்றானா? தங்களைப் பாடித் தொழுகிறானா? தங்களுக்கு அருச்சனை புரிகின்றானா? தங்கள் பெயரால் தருமம் செய்கின் றானா? அல்லும் பகலும் தங்கள் நினைவாகவேயிருக்கின்றானா? ஒன்றும் இல்லை. அவனைத் தாங்கள் பக்தன் என்று சொல்வதுதான் வேடிக்கையாக இருக்கிறது" என்றார்.

"அதெல்லாம் இருக்கட்டும் நாரதரே, இப்பொழுது உமக்கு ஒரு வேலை தருகிறேன். அதை ஒழுங்காகச் செய்கிறீரா பார்க்கலாம்" என்றார் இறைவன்.

"தேவதேவா தங்கள் ஆணைக்குக் காத்திருக்கிறேன்" என்றார் நாரத முனிவர்.

கடவுள் ஒரு கிண்ணத்தை எடுத்தார். அதன் மேல் விளிம்பு வரை நிறையும் படி அதில் எண்ணெயை ஊற்றினார். நாரதரை நோக்கி, "பக்தி மிக்க நாரதரே இந்த எண்ணெய்க் கிண்ணத்தை கையில் எடுத்துக் கொள்ளும். இதோ கீழே தெரிகிறதே பட்டணம் அதற்குச் செல்லும். அந்தப் பட்டணத்தை ஒரு முறை சுற்றி வாரும். அப்படிச் சுற்றி வரும் போது இந்த எண்ணெயில் ஒரு துளிகூடக் கீழே சிந்தலாகாது எச்சரிக்கையாக இருக்க வேண்டும் புறப்படலாம்" என்றார் கடவுள்.

நாரதர் எண்ணெய் கிண்ணத்தை வாங்கிக் கொண்டார். எண்ணெய் சிந்தாதவாறு அதையே ஊன்றிக் கவனித்துக் கொண்டு வைகுண்டத் திலிருந்து கீழே இறங்கினார். கடவுள் சுட்டிக் காட்டிய பட்டணத்தை அடைந்தார். அதன் எல்லையோரங்களில் இருந்த பாதை வழியாக

நடந்தார். மிகவும் எச்சரிக்கையாகக் கிண்ணம் கைநழுவி விடா மலும், எண்ணெய் தழும்பாமலும் அவ்வளவு இலாவகமாகப் பிடித்துக் கொண்டு பட்டணத்தைச் சுற்றினார். வெற்றிகரமாகத் திரும்பினார் வைகுண்டத்துக்கு.

"இறைவா, தங்கள் ஆணையைச் சிறிதும் வழுவாமல் நிறை வேற்றி விட்டேன்" என்றார் நாரதர். இறைவன் குறுநகை புரிந்தார்.

"முனிவரே, இங்கிருந்து புறப்பட்டுப் பட்டணத்தைச் சுற்றி விட்டுத் திரும்பி வரும் வரையில் என்னை எத்தனை முறை நினைத்துக் கொண்டீர்?" என்று கேட்டார் எல்லாம் வல்ல பெருமான்.

"கடவுளே, ஒரு தடவை கூட நான் தங்களை நினைக்கவில்லை" என்றார் நாரதர். "ஏன்?" இது கடவுளின் கேள்வி.

"பெருமானே, எண்ணெய் சிந்திவிடக் கூடாதே என்ற கவலையோடு அதே எண்ணத்தில் நான் சுற்றி வந்ததால், தங்களை என்னால் நினைக்க முடியவில்லை" என்றார் நாரதர்.

"பார்த்தீரா நாரதரே! ஒரு துளி எண்ணெய் சிந்தி விடக் கூடாது என்ற கவலையில் நீர் முற்றிலும் கடவுளை மறந்து விட்டீர். ஆனால், தன் குடும்பத்திற்கு ஒரு குறையும் வந்து விடக் கூடாது என்ற கருத்துடன் உழைக்கும் அந்த குடியானவன், நாள்தோறும் மறவாமல் என்னை இரண்டு முறை நினைத்துக் கொள்ளுகிறான். நீர் சுமந்தது ஒரு கிண்ணம் எண்ணெய்தான். அவன் சுமப்பதோ ஒரு பெரும் குடும்ப பாரம்! அத்தனை தொல்லை நிறைந்த வாழ்க்கையிலும் அவன் என்னை மறவாதிருக்கிறானே! அவன் தானே உயர்ந்த பக்தன்!" என்று கேட்டார் இறைவன்.

நாரதர் தலைகுனிந்தார். தன்னைக் காட்டிலும் பெரிய பக்தன் இல்லை என்ற வீண் இறுமாப்பை அன்றே விட்டுவிட்டார்.

இறைவனிடம் நம்பிக்கை கொண்டுள்ள ஒவ்வொருவரும் சிறந்த பக்தரே, என்பதை அவர் உணர்ந்தார். உண்மையான பக்தி எதுவென்று உணர்ந்த நாரதரை இறைவன் வாழ்த்தியனுப்பினார்.

❖

6. வீண் சிந்தனைகள்

ஓர் ஊருக்குப் பக்கத்தில் ஒரு மாந்தோப்பு இருந்தது. அந்த மாந்தோப்பு வழியாக இரண்டு மனிதர்கள் சென்றனர்.

சித்திரை மாதம்! மாமரங்களில் தங்கக் கட்டிகள் போல் மாம்பழங்கள் பழுத்துத் தொங்கிக் கொண்டிருந்தன. பார்த்தவர் கண்ணைப் பறிக்கும் வண்ணம் அவை கொத்துக் கொத்தாகத் தொங்கின. இருவரும் அண்ணாந்துப் பார்த்தனர். ஒரு மனிதன் நின்ற இடத்திலேயே நின்று கொண்டு அங்குள்ள மாமரங்களை எண்ணினான். ஒரு மரத்தில் சுமார் எத்தனைப் பழங்கள் இருக்கும் என்று கணக்குப் போட்டான். அதைப் பெருக்கிப் பார்த்தான். ஒரு மாம்பழம் என்ன விலை போகும் என்று எண்ணிப் பார்த்தான். மொத்த மாம்பழமும் எத்தனை ரூபாய் என்று கணக்குப் போட்டான். தோப்பின் மதிப்பு எவ்வளவு இருக்கும் என்று சிந்தனை செய்தான். இப்படியாக அவன் சிந்தனையும் கணக்கும் நீண்டு கொண்டே போயிற்று.

மற்றொரு மனிதன், நேரே தோட்டக்காரனிடம் சென்றான். மாம்பழங் களின் அருமையைப் புகழ்ந்து சொன்னான். "அது போன்ற

நல்ல ஜாதி மாம்பழங்கள் நாட்டில் கிடைப்பது அரிது'' என்று சொன்னான்.

தோட்டக்காரனுக்கு மனம் குளிர்ந்தது. இருவரும் நண்பர்களாகி விட்டார்கள். தோட்டக்காரன் அவனுக்குச் சில பழங்களைப் பறித்துக் கொடுத்தான். உண்மையிலேயே அவை சுவையான மாம்பழங்கள். அவற்றை வாங்கித் தின்றுவிட்டு, மகிழ்ச்சியாக அந்த மனிதன் திரும்பினான்.

இந்த இரண்டு மனிதர்களில் யார் அறிவாளி? தோட்டக்காரனுடன் நட்புக் கொண்டு மாம்பழம் தின்றவனா? தோப்புக்கு விலை மதிப்புப் போட்டவனா?

வீண் சிந்தனைகள் இன்பம் விளைப்பதில்லை.

7. கோயிலும் உள்ளமும்

ஓர் ஊரில் ஓர் இளைஞன் இருந்தான். அவன் பெயர் பத்மலோசனன். அவ்வூரார் அவனை "பொடோ" என்று விளையாட்டாக அழைப்பார்கள்.

அந்த ஊரில் ஒரு பாழடைந்த கோயில் இருந்தது. அங்கு தெய்வத்தின் சிலை இல்லை. எங்கும் புல் பூண்டு முளைத்து, காக்கை, குருவி, வெளவால் ஆகியவற்றினால் அசுத்தமடைந்து கோயில் ஒரே நாற்றமாக இருந்தது. அதனால் அங்கே யாரும் போவதில்லை.

ஒரு நாள் திடீரென்று அந்தக் கோயிலின் மணி ஓசை முழங்கிற்று. தொடர்ந்து கோயில் மணி அடிக்கவே ஆங்காங்கிருந்து பலர் கோயிலை நோக்கி வந்தார்கள்.

கோயிலை யாரோ சுத்தம் செய்து தெய்வம் வைத்துப் பூஜை ஆரம்பித்திருக்கிறார்கள் என்று ஊர் மக்கள் நினைத்துக் கொண்டார்கள். எனவே கோயிலை நோக்கிக் கூட்டம் கூட்டமாக மக்கள் வந்தார்கள். வந்தவர்களில் ஒருவன் விடுவிடுவென்று கோயிலுக்குள் நுழைந்தான். கோயில் பழைய நிலையிலேயே இருந்தது. எங்கும்

அசுத்தமாகவே கிடந்தது. தெய்வமும் கொண்டு வந்து வைக்கப்பட வில்லை. இந்த நிலையில் மணியடிப்பவர் யார்? என்று அந்த மனிதன் கவனித்தான். அது 'பொடொ' தான்.

"அடே, பொடோ! உள்ளே தெய்வம் இல்லை. நீ கோயிலைக் கூட்டிப் பெருக்கி கழுவிச் சுத்தப்படுத்தவும் இல்லை. வௌவால் களும், பறவைகளும் இன்னும் அகன்று போகவும் இல்லை. சிறிது கூடச் செம்மைப்படுத்தாமல், நீ இப்படி மணியடித்து ஊரைக் கூட்டியது வீணாய்ப் போயிற்றே!" என்று பலவாறு கூறித் துயருற்றான்.

சுத்தப்படுத்தாமலும், தெய்வம் இல்லாமலும் மணியடித்து ஆரவாரப் படுத்துகின்ற பொடோவை போன்ற மனிதர்கள் பலர் இருக்கிறார்கள்.

மனத்தில் உள்ள தீமைகளை அகற்றி சுத்தப்படுத்தாமலும், மனத்தின் இறைவனை நிறுத்தி வணங்காமலும், வீணாகக் கடவுளைப் பற்றியும், பக்தியைப் பற்றியும் பேசுகின்றவர்கள் பொடோவைப் போன்றவர்கள் தானே.

முதலில் நல்ல எண்ணம் வேண்டும்! இரண்டாவது இறைவனிடத்தில் அன்பு வேண்டும். அதன் பிறகு தான் கடவுளைப் பற்றி மற்றவர் களிடம் பேச வேண்டும்.

8. அருள் நிறைந்த அன்னை

ஓர் ஊரில் ஓர் ஏழைப் பிராமணன் இருந்தான். அவன் ஆசிரியர் வேலை பார்த்து வந்தான். அவனுடைய மாணவர்களில் ஒருவன் புடவைக் கடைக்காரன்.

ஒரு நாள் அந்தப் பிராமணன் புதுப் பாகவதப் புத்தகம் ஒன்று வாங்கினான். அதன் அட்டைக்குத் துணியுறை ஒன்று தைத்துப் போட்டால் அது நெடுநாட்கள் கெடாமல் இருக்குமே என்று எண்ணினான்.

துணிக் கடைகளில் துண்டுத் துணிகள் மிஞ்சிக் கிடக்கும். தன் மாணவனுடைய கடையிலும் ஏதாவது துண்டுத் துணியிருக்கலாம். கேட்டு வாங்க வேண்டுமென்று பிராமணன் நினைத்தான்.

அப்பொழுதே கடைக்குச் சென்று, தன் மாணவனிடம் "தம்பி, பாகவதப் புத்தகத்துக்கு உறைபோட ஒரு துண்டுத் துணி வேண்டும் ஏதாவது துண்டு விழுந்திருந்தால் ஒன்று கொடுக்கிறாயா?" என்று கேட்டான்.

துணிக்கடைக்காரன் பெருங்கஞ்சன். அந்த துண்டுத் துணிகூட தன் ஆசிரியனுக்கு விலையில்லாமல் கொடுக்க அவன் விரும்பவில்லை.

"ஐயா, தங்களுக்கு இல்லை என்று சொல்வது எனக்கு மிகவும் வருத்தமாயிருக்கிறது. சற்று முன்னாடி வந்திருக்கக் கூடாதா? இந்த துண்டு துணிகளையெல்லாம் சற்று முன்தான் ஒருவன் வந்து விலைக்கு வாங்கிக் கொண்டு போனான். இப்போது என் கையில் ஒன்றும் இல்லை. என்றாலும் அடுத்தாற்போல் துண்டு விழும்போது நான் உங்களுக்கு அதைத் தந்து விடுகிறேன். நீங்களும் தயவு செய்து எனக்கு அடிக்கடி நினைவுப்படுத்துங்கள்" என்று திறமையாகப் பதில் சொல்லி அனுப்பினான்.

பிராமணன் ஏமாற்றத்தோடு வீடு திரும்பினான்.

துணிக்கடைக் காரனுடைய மனைவி, இதைக் கவனித்துக் கொண்டிருந்தாள். உடனே ஒரு வேலைக்காரனை அழைத்து, அந்த பிராமணனை வீட்டுக்கு பின்பக்கமாகக் கூட்டி வரும்படி சொல்லியனுப்பினாள்.

அந்த வேலைக்காரன் வேகமாகச் சென்று வழியில் பிராமணனைப் பார்த்து உடனே வீட்டுக்குப் பின்பக்கமாகக் கூட்டி கொண்டு சேர்த்தான். பிராமணனை அந்தப் பெண் வீட்டுக்குள் அழைத்துச் சென்றாள்.

"ஐயா என் கணவரிடம் தாங்கள் என்ன கேட்டீர்கள்?" என்று அந்தப் பெண் கேட்டாள். பிராமணன் நடந்ததைக் கூறினான்.

"ஐயா வருத்தப்படாதீர்கள். அமைதியாகத் தங்கள் வீட்டுக்குச் செல்லுங்கள். நாளைக் காலையில் உங்கள் வீட்டுக்கு நான் துணி யனுப்பி வைக்கிறேன்" என்றாள்.

பிராமணன் மனநிறைவோடு வீடு திரும்பினான்.

பொழுது சாய்ந்தது. வாணிபம் முடிந்து கடையைப் பூட்டிக் கொண்டு வீட்டுக்குள் நுழைந்தான் துணிக்கடைக்காரன்.

"கடை மூடி விட்டீர்களா?" என்று அவன் உள்ளே நுழைந்தவுட னேயே கேட்டாள் மனைவி.

"ஆமாம், மூடி விட்டேன்! ஏன் கேட்கிறாய்?" என்று கேட்டான் கடைக்காரன்.

"எனக்கு விலையுயர்ந்த ஒரு துணி வேண்டும்" என்றாள் மனைவி.

"உனக்கில்லாமலா? காலையில் எடுத்துத் தருகிறேன்" என்றான் கடைக்காரன்.

"எனக்கு இப்பொழுதே வேண்டும்!" என்றாள் அவள் உறுதியுடன்.

"என்ன அவசரம் வந்துவிட்டது நாளைக் காலையில் கடை திறந்ததும் எடுத்துத் தருகிறேனே!" என்றான் கடைக்காரன்.

"தர விரும்பினால் இப்பொழுதே தாருங்கள். இல்லாவிட்டால், எப்பொழுதுமே வேண்டாம்" என்று சிறிது கோபத்துடன் கூறினாள் அவள்.

கடைக்காரன் அவள் கோபத்துக்கு அஞ்சி விட்டான். வேறு ஆட்களிடம் சொல்லுகிறபடி அவளிடம் பதில் சொல்ல முடியுமா? அவள் முகத்தை உம்மென்று வைத்துக் கொண்டிருந்தால், அவனால் வீட்டில் மகிழ்ச்சியாக இருக்க முடியுமா? ஆகவே அப்பொழுது மிகவும் களைப்பாக இருந்துக்கூட - வயிற்றுப் பசிக்கு உணவுண்ணாமலே உடனே கடைக்குப் போய் மிகவும் சிறந்த ஒரு துணியை எடுத்து வந்தான். மனைவியிடம் கொடுத்து அவள் விருப்பத்தை நிறைவேற்றினான்.

அந்தப் பெண், மறுநாள் காலையில் பிராமண ஆசிரியனுக்கு ஒரு வேலைக்காரனிடம் அந்தத் துணியைக் கொடுத்தனுப்பினாள். துண்டுத் துணி கேட்ட ஆசிரியனுக்கு முழுத் துணி - அதுவும் விலை யுயர்ந்த துணி கிடைத்தது. அது மட்டுமன்று, மேற்கொண்டு எது தேவைப்பட்டாலும், தன்னிடம் வந்து கேட்கும்படியாகவும் அந்தப் பெண் சொல்லியனுப்பியிருந்தாள்.

அந்தப் பெண்ணிடம் அருள் இருந்தது போல, உலக அன்னையிடம் அளவற்ற அருள் நிரம்பியிருக்கிறது. அத்தெய்வத் திருத்தாயினை, உள்ளன்போடு வணங்கி வேண்டுவோர்க்கு எண்ணியது கிட்டும்.

❖

9. மூன்று கிணறுகள்

ஒரு முறை ஒரு மனிதன் தோட்டம் போட்டான். தோட்டத்திற்குத் தண்ணீர் பாய்ச்ச ஒரு கிணறு இருந்தால் நல்லதென்று நினைத்தான். அதற்காக ஒரு இடத்தைத் தேர்ந்தெடுத்து அந்த இடத்தில் கிணறு வெட்டத் தொடங்கினான்.

மிக முயன்று இருபது முழம் ஆழம் வரை வெட்டினான். இருபது முழம் வரை வெட்டியும் அந்த இடத்தில் தண்ணீர் ஊற்று எதுவும் தென்படவில்லை. அதை அப்படியே நிறுத்தி விட்டான்.

இரண்டாவதாக ஓர் இடத்தைத் தேர்ந்தெடுத்தான். அந்த இடத்தில் முப்பது முழம் ஆழம் வரை வெட்டினான். அப்படியும் தண்ணீர் ஊற்று தோன்றவில்லை. ஆயாசத்துடன், அந்த இடத்தில் வெட்டு வதையும் நிறுத்தி விட்டான்.

மூன்றாவதாக ஓர் இடத்தைத் தேர்ந்தெடுத்தான். மிகவும் பாடுபட்டு அந்த இடத்தில் ஐம்பது முழம் வரை வெட்டினான். அப்படியும் தண்ணீர் வரவில்லை. அவனுக்கு அலுத்துப் போய்விட்டது. கிணறு தோண்டும் எண்ணத்தையே விட்டுவிட்டான்.

ஒரு நாள், அனுபவசாலியான ஒரு பெரியவரிடம் தன் முயற்சியைப் பற்றிப் பேசிக் கொண்டிருந்தான். மூன்று முறை கிணறு வெட்டியும் தண்ணீர் கிடைக்கவில்லையென்றும், பூமியில் தண்ணீரே அற்றுப் போய் விட்டதென்றும் அவன் சொல்லிக் கொண்டிருந்தான்.

பெரியவர் அவனை நோக்கினார், "தம்பி மூன்று இடத்திலும் நீ வெட்டிய மொத்த ஆழம் எவ்வளவு இருக்கும்?" என்று கேட்டார்.

"மொத்தம் நூறு முழம் இருக்கும்" என்று பதில் சொன்னான் அந்த மனிதன்.

"இந்த நூறு முழத்தையும் ஒரே இடத்தில் தோண்டியிருந்தால், எப்படியும் தண்ணீர் தோன்றியிருக்குமே!" என்றார் அந்தப் பெரிய மனிதர்.

"தம்பி, நீ மீண்டும் மீண்டும் முயற்சி செய்ததில் தவறில்லை. ஆனால் ஒரே இடத்தில் கருத்தைச் செலுத்தி நீ சலிப்பில்லாமல்

தோண்டியிருந்தாயானால், நூறு முழ ஆழம் ஆவதற்கு முன்னாலேயே கூட நீர் கிடைத்திருக்கும். எப்போதும் விடாநம்பிக்கையுடன் ஒரு முகப்பட்ட முயற்சியிருந்தால் எடுத்த செயல் வெற்றி பெறும்" என்றார் அந்தப் பெரியவர்.

கடவுளை அடைவதற்காக மதம் மாறுபவர்களின் செய்கையும் இப்படிப்பட்டதுதான். எத்தனை முறை மதம் மாறினாலும், தீவிர நம்பிக்கை இல்லாவிட்டால் அவர்கள் கடவுள் உண்மையை அறிய முடியாது.

முதலில் இருக்கும் மதத்திலேயே இருந்து கொண்டு உறுதியான நம்பிக்கையுடன், தொழுது வந்தால், கடவுள் உண்மையை உறுதியாக அறிந்து கொள்ள முடியும்.

10. நீர் மேல் நடந்தவர்

ஓர் ஊரில் ஒரு மனிதன் இருந்தான். அவன் காட்டுக்குப் போய்த் தவம் செய்தான். இடைவிடாமல் பதினான்கு ஆண்டுகள் தவம் செய்தான். இப்படித் தவம் செய்ததன் பலனாக அவனுக்கு நீர் மேல் நடக்கும் சக்தி வந்தது.

நீர்மேல் நடக்கும் ஆற்றல் வந்தவுடன் அவனுக்குத் தலை, கால் புரியவில்லை. ஒரே மகிழ்ச்சி. இந்த மகிழ்ச்சியை யாரிடமாவது சொல்லி தன் சக்தியை மெய்ப்பித்துக் காட்ட வேண்டும் என்று அவனுக்கு ஆவல் உண்டாயிற்று.

அவனுக்கு குரு ஒருவர் இருந்தார். அவர் சிறந்த அறிவாளி. பெரிய மகான்! இவரிடம் தான் முதன் முதல் தன் வலிமையைக் காட்ட வேண்டும் என்று ஓடினான். ஆரவாரத்தோடு "சுவாமி, சுவாமி" என்று கத்திக் கொண்டு ஓடினான். அவர் காலடியில் வீழ்ந்தான். எழுந்தான், கண்களில் ஒளி தவழ. "சுவாமி நான் சித்தியடைந்து விட்டேன். நீர் மேல் நடக்கும் வல்லமையைப் பெற்றிருக்கிறேன். பார்க்கிறீர்களா? நடந்து காட்டவா?" என்று படபடவென்று கேட்டான்.

மகானுக்கு அவன் சொன்ன செய்தி மகிழ்ச்சியளிக்கவில்லை. "சே! பதினான்கு ஆண்டுகள் தவம் செய்து பெற்ற பயன் இது தானா? உண்மையில் நீ பெற்ற சித்தி ஒரு தம்பிடி தான் பெறும். நீ பதினான்கு ஆண்டு கடுந்தவம் செய்து பெற்ற பலனை, சாதாரண மக்கள் ஓடக்காரனுக்கு ஒரு தம்பிடி கொடுத்துப் பெற்று விடுகின்றனர், தெரியுமா?" என்று கேட்டார்.

அந்த மனிதன் தன் தவற்றையுணர்ந்தான். தன் தவம் வீணானதை அறிந்தான். அன்று முதல் அதிசயங்களில் ஆசை வைப்பதை நிறுத்தி விட்டான்.

உண்மையான பெரியார்கள் அதிசயங்களைப் போற்றுவதில்லை. அவற்றை அவர்கள் வெறுக்கிறார்கள். அதிசயங்களால் மக்களுக்கு யாதொரு பயனுமில்லை.

11. கடவுள் பெயர் உயர்வு தரும்

தட்சிணேசுவரத்திற்கு அருகில் ஆரியாதஹை என்று ஓர் ஊர் இருக்கிறது. அந்த ஊரில் கிருஷ்ணகிசோர் என்ற பெயருடைய பெரியார் ஒருவர் வசித்து வந்தார். அவர் ஓர் அந்தணர். வேதங்களை முற்றும் ஆராய்ந்தவர். எல்லோரும் அவரை ஒரு மகான் என்று போற்றி வந்தனர்.

பெரியார் கிருஷ்ண கிசோர் ஒரு முறை பிருந்தாவனத்திற்குத் தீர்த்த யாத்திரை சென்றார். பிருந்தாவனத்தில் இருக்கும் போது ஒரு நாள் அவர் ஏதோ ஓர் இடத்திற்கு நடந்து சென்றார். செல்லும் வழியில் அவருக்குத் தண்ணீர் தவித்தது. தண்ணீர் குடிப்பதற்காக எங்காவது கிணறு இருக்கிறதா என்று தேடிக் கொண்டு சென்றார்.

வழியில் ஒரு கிணறு தென்பட்டது. அந்தக் கிணற்றில் ஒரு மனிதன் தண்ணீர் மொண்டு கொண்டு இருந்தான். பெரியார் கிருஷ்ண கிசோர் அந்த மனிதனை அணுகி, "ஐயா, கொஞ்சம் தண்ணீர் கொடுங்கள்" என்று கேட்டார்.

அந்த மனிதன் அவரை நிமிர்ந்து பார்த்தான். "சுவாமி, தாங்கள் பிராமணர், நான் தாழ்ந்த சாதிக்காரன். நான் எப்படித் தங்களுக்குத் தண்ணீர் கொடுக்க முடியும்?" என்று கேட்டான்.

"மகனே கடவுள் பெயரைச் சொல். நீ உயர்ந்தவனாகி விடுவாய். அதன் பிறகு எனக்குத் தண்ணீர் கொடு" என்று சொன்னார்.

அந்த மனிதன் அவ்வாறே செய்தான். கோவிந்தா! கோவிந்தா! என்று கூறிக்கொண்டே அவன் தண்ணீர் மொண்டு கொடுத்தான். உண்மையான வைதிகப் பிராமணரான கிருஷ்ணகிசோர், உள்ளம் நிறைந்த மகிழ்ச்சியோடு நீர் அருந்தினார்.

இறைவன் முன்னால் எல்லா மனிதரும் சமமே.

மக்களில் உயர்வு தாழ்வு கற்பிப்பது மடமை!

12. நாய் வளர்த்த மனிதன்

ஓர் ஊரில் ஒரு மனிதன் இருந்தான். அவன் ஒரு நாயை வளர்த்து வந்தான். அந்த நாயிடம் அவன் மிக அன்பு வைத்திருந்தான். அவன் அடிக்கடி அதைத் தூக்கி வைத்துக் கொண்டு கொஞ்சுவான். அதனுடன் சேர்ந்து ஓடி ஆடி விளையாடுவான். எங்கு போனாலும் அதைக் கைகளில் தூக்கிக் கொண்டு போவான். அன்பு மேலீட்டால் அதைத் தன் முகத்துக்கு நேரரே தூக்கி முத்தமிடுவான்.

ஒருநாள் ஓர் அறிவாளி இதைக் கவனித்தார். அந்த மனிதன் நாயோடு விளையாடுவதையும், அதற்கு முத்தமிடுவதையும் கண்டு அவர் சங்கடப்பட்டார். அவர் அந்த மனிதனை அழைத்தார்.

"இந்த வேலையை விட்டுவிடு. அந்த நாய்க்குப் பகுத்தறிவு கிடையாது. நீ அதை இப்படிக் கொஞ்சுவது சரியில்லை. என்றாவது ஒருநாள் அறிவற்ற அது உன்னைக் கடித்து விடக்கூடும். அதற்கு வெறி வந்த போது அது உன்னைக் கடித்தால், உன் உயிருக்கே ஆபத்தாக முடியும்" என்று எச்சரித்தார்.

அவர் கூறுவது சரியென்றே அவனுக்குப் பட்டது. அன்று முதல்

நாயோடு கொஞ்சுவதை விட்டு விட்டான். அதைத் தூர எறிந்து விட்டுப் பேசாமல் இருந்தான்.

ஆனால் அந்த நாய் வழக்கம் போல அவனிடம் வந்து விளையாடத் தொடங்கியது. வாலைக் குழைத்துக் கொண்டு அவனைச் சுற்றிச் சுற்றி வந்தது. அன்புடன் மோந்து கொண்டே அவன் மடிமீதும், தோள்மீதும் தாவி விளையாட முயன்றது. ஆனால் அந்த மனிதன் அப்படி அந்த நாய் கொஞ்ச வரும் போதெல்லாம் அதை அடித்துத் துரத்தினான். பலமுறை நன்றாக அடிபட்ட பிறகுதான் அது அவனிடம் நெருங்காமல் இருந்தது. அவனுக்குத் தொல்லையும் விட்டது.

அறிவற்றவர்களிடம் பழகுவது எப்போதும் ஆபத்தானது. பழகி விட்டால், நாம் வெறுத்தாலும் அவர்கள் நம்மை விட்டுப் போக மாட்டார்கள். அவர்களுடைய தொல்லை நீங்கும் வரை அவர்களை விரட்டி ஒதுக்குவது தான் நாம் செய்யத்தக்க செயலாகும்.

தாழ்ந்தவர்களோடு அன்பு கொள்ளக் கூடாது.

❖

13. பணம் கொண்ட பிராமணன்

ஒரு பிராமணன் இருந்தான். அவன் அடிக்கடி தட்சிணேசுவரத்துக்கு வருவான். மிக எளிமையானவன். எப்பொழுதும் வணக்கத்தோடு தான் பேசுவான். என்னை அடிக்கடி சந்திப்பான். சில நாட்களுக்குப் பிறகு அவன் வரவேயில்லை. எங்கே போயிருப்பான். என்ன ஆனான் என்பது தெரியவில்லை.

ஒரு நாள் நாங்கள் கொன்னாகர் என்ற ஊருக்குப் படகில் செல்கிறோம். அந்த ஊரையடைந்து படகிலிருந்து இறங்கிக் கரையில் ஏறினோம்.

கங்கைக் கரையில் அந்த பிராமணனைப் பார்த்தோம். பிரபுக்களைப் போல் அவன் ஆற்றங்கரையில் காற்று வாங்கிக் கொண்டு உட்கார்ந்திருந்தான். அவன் அருகில் கடந்து செல்லும்போது என்னைப் பார்த்தான். "என்ன சுவாமி நலமா?" என்று அவன் கேட்டான்.

அவன் கேட்ட குரலில் முந்திய பணிவும் அடக்கமும் இல்லை. தேவையில்லாத ஒரு மிடுக்கு அந்தக் குரலில் கலந்தொலித்தது.

அந்த மாறுபாடு எனக்கு நன்கு புலப்பட்டது. கூட இருந்த இருதயனிடம் "பிராமணனுடைய குரலைப் பார்த்தாயா? இவனுக்குக் கொஞ்சம் பணம் கிடைத்திருக்கும் போலிருக்கிறது. பணம் கிடைத்தவுடன் எப்படி மாறிவிட்டான் கவனித்தாயா?" என்று கேட்டேன்.

இருதயன் விலா வலிக்கச் சிரித்தான்.

பல பேர் புதிதாகப் பணம் கிடைத்தவுடன் மாறிப் போய் விடுகிறார்கள். பணத்தால் அவர்களுடைய நல்ல பண்புகள் மாறி விடுகின்றன.

14. சண்டை நல்லதா? சமாதானம் நல்லதா?

வடக்கே அஸ்தினாபுரம் என்ற ஊர் இருக்கிறது. அங்கே நெடுங்காலத்துக்கு முன்னே திருதராட்டிரர் என்று ஒருவரும் பாண்டு என்று ஒருவரும் இருந்தார்கள். அவர்கள் அண்ணன் தம்பிகள். திருதராட்டிரரின் பிள்ளைகள் நூறு பேர். பாண்டுவின் பிள்ளைகள் ஐந்து பேர். நூறு பேருக்கும் கௌரவர்கள் என்று பெயர். ஐந்து பேருக்கும் பாண்டவர்கள் என்று பெயர்.

இவர்கள் ஒருவருக்கொருவர் சண்டையிட்டுக் கொண்டார்கள். அந்தக் கதைக்குப் பெயர் பாரதம் என்பதாகும்.

சிறு பிள்ளைகளாயிருக்கும் போது இவர்கள் எல்லோரும் ஒன்றாகத் தான் இருந்தார்கள். அப்போது அவர்கள் துரோணாசாரியார் என்பவரிடம் கல்வி கற்று வந்தார்கள்.

அந்தக் காலத்திலே ஒருநாள் மாலை நேரம். அர்ச்சுனனும் கர்ணனும் ஆற்றங்கரை யோரத்தில் காற்று வாங்கிக் கொண்டு வந்தார்கள். அப்போது அர்ச்சுனன் கர்ணனைப் பார்த்து, "கர்ணா? சண்டை நல்லதா? சமாதானம் நல்லதா?" என்ற ஒரு கேள்வி கேட்டான்.

'அதற்கு சமாதானம் தான் நல்லது' என்று கர்ணன் சொன்னான்.

"ஏன் அப்படிச் சொல்கிறாய்?" என்று அர்ச்சுனன் கேட்டான்.

"அர்ச்சுனா, சண்டை வந்தால் நான் உன்னை அடித்து விடுவேன். அதை உன்னால் பொறுத்துக் கொள்ள முடியாது. அழுது விடுவாய்! நீ அழுவதைப் பார்த்தால் எனக்கு மனம் பொறுக்காது. நானும் அழுது விடுவேன். இரண்டு பேரும் அழுவது நல்லதா? நீயே சொல்" என்றான் கர்ணன்.

"கர்ணா, நம்முடைய சண்டையைப் பற்றி நான் கேட்கவில்லை. பொதுவாக உலகத்துக்குச் சண்டை நல்லதா? சமாதானம் நல்லதா?" என்று கேட்டான் அர்ச்சுனன்.

"இந்தப் பொதுப் பேச்சிலெல்லாம் எனக்கு ஈடுபாடு கிடையாது" என்று உதறிவிட்டான் கர்ணன்.

"ஒன்றுக்கும் உதவாத பயல்! இவனைக் கொன்று போட்டால் தான் நல்லது" என்று தன் மனத்துக்குள் சொல்லிக் கொண்டான் அர்ச்சுனன்.

பிறகு அர்ச்சுனன் தங்கள் ஆசிரியரான துரோணாச்சாரியாரிடம் சென்றான்.

"குருதேவரே, சண்டை நல்லதா? சமாதானம் நல்லதா?" என்று கேட்டான் அர்ச்சுனன்.

"சண்டைதான் நல்லது!" என்றார் துரோணாச்சாரியார்.

"ஏன் அப்படிச் சொல்கிறீர்கள்?" என்று கேட்டான் அர்ச்சுனன்.

"அர்ச்சுனா சண்டை ஏற்பட்டால் பணம் கிடைக்கும்; புகழ் கிடைக்கும். சண்டையில் இறந்து போனால் வீரக்கல் நாட்டு வார்கள். காவியத்தில் போற்றுவார்கள்; பகைவனும் பாராட்டும் பேறு கிடைக்கும்!" என்றார் துரோணாச்சாரியார்.

பிறகு அர்ச்சுனன் பீஷ்மரிடம் சென்றான்.

"தாத்தா, சண்டை நல்லதா? சமாதானம் நல்லதா?" என்று கேட்டான்.

"சமாதானம்தான் நல்லது!" என்றார் தாத்தா பீஷ்மாச்சாரியார்.

"ஏன் அப்படிச் சொல்கிறீர்கள்?" என்று கேட்டான் அர்ச்சுனன்.

"குழந்தாய் சண்டையினால் வீரர் குலத்துக்குப் பெருமை ஏற்படலாம். ஆனால் சமாதானம் நிலவினால் உலகத்துக்கே பெருமை" என்றார் பீஷ்மர்.

அர்ச்சுனனுக்கு அப்போதும் மனம் அமைதி அடையவில்லை. யார் சொன்ன பதிலும் சரியானதாக அவனுக்குத் தோன்றவில்லை.

சில நாட்கள் கழிந்தன. அஸ்தினாபுரத்திற்கு வேத வியாசர் வந்தார். அர்ச்சுனன் அவரிடம் சென்றான்.

"வியாசர் பெருமானே, சண்டை நல்லதா? சமாதானம் நல்லதா?" என்று கேட்டான் அர்ச்சுனன்.

"அர்ச்சுனா, சில சமயங்களில் சண்டை நல்லது. சில நேரங்களில் சமாதானமே நல்லது. இது அவ்வப்போது உலகம் இருக்கும் நிலைமையைப் பொறுத்தது!" என்றார்.

அதன் பிறகு கூட அர்ச்சுனன் சரியான பதில் கிடைத்ததாக எண்ணவில்லை.

"சண்டை நல்லதா? சமாதானம் நல்லதா?" இந்தக் கேள்வி அவன் மனத்தை நெடுநாள் உறுத்திக் கொண்டேயிருந்தது.

பல ஆண்டுகள் கழிந்தன. துரியோதனன் ஆட்சி செலுத்திக் கொண்டிருந்தான். பாண்டவர்கள் காட்டில் வாழ்ந்து வந்தார்கள்.

பாண்டவர்கள் தங்கள் நாட்டைத் தங்களிடம் ஒப்படைக்கும்படி கேட்டுத் துரியோதனனுக்குத் தூது விடுத்தார்கள். அவர்களுடைய தூதுவராகக் கண்ணன் புறப்படவிருந்தார்.

அப்போது அர்ச்சுனன் கண்ணனிடம் சென்றான்.

"கண்ணா, சண்டை நல்லதா? சமாதானம் நல்லதா?" என்று கேட்டான்.

"இப்போதைக்கு சமாதானம் தான் நல்லது. அதனால் தான் சமாதானம் பேசத் தூது போகப் போகிறேன்" என்று கூறிவிட்டுக் கண்ணன் புறப்பட்டார்.

அதன் பிறகு அர்ச்சுனன் யாரையும் கேள்வி கேட்கவில்லை. கடைசியில் அவனே கௌரவர்களை எதிர்த்துச் சண்டைக்குப் புறப்பட்டு விட்டான்.

15. வாந்திபேதிப் பிசாசின் கதை

வாந்திபேதிப் பிசாசு என்று ஒரு பிசாசு இருக்கிறது. ஊர் ஊராகப் போய் மக்களை வேட்டையாடுவதுதான் அதன் தொழில்.

முன்னொரு காலத்தில் அந்தப் பிசாசு இந்தியாவிலிருந்து புறப்பட்டது. அரோபியாவில் உள்ள மக்கா நகரத்தை நோக்கிச் சென்றது. போகும் வழியில் பாரசீகத்தைக் கடந்து சென்றது. பாரசீகத்தில் அந்தக் காலத்தில் ஒரு பக்கிரி இருந்தார். அந்தப் பக்கிரி பெரிய ஞானி, கடவுள் பக்தி மிகுந்தவர். அவரை வாந்திப்பேதிப் பிசாசு சந்திக்க நேர்ந்தது.

அப்போது அந்தப் பக்கிரி அதைப் பார்த்து "நீ எங்கே போகிறாய்?" என்று கேட்டார்.

"சாமியாரே, மெக்கா நகரத்தில் இப்போது திருவிழா தொடங்கி யிருக்கிறது. உலகின் நாலா திசைகளிலிருந்தும் மக்கள் அங்கு வந்து கூடியிருக்கிறார்கள். அவர்களை வேட்டையாடத் தான் புறப்பட்டுப் போகிறேன்" என்று பதிலளித்தது வாந்திபேதிப் பிசாசு.

இதைக் கேட்டதும் அந்தப் பக்கிரிக்குப் பெருஞ்சினம் உண்டாயிற்று. "சீச்சீ! மூர்க்கப் பிசாசே! மக்கத்தில் இப்பொழுது சிறந்த பக்தர்கள் திரண்டிருப்பார்கள். அவர்கள் அல்லாவைத் தொழும் பொருட்டு வந்தவர்கள். அவர்களைப் போய் நீ கொல்ல நான் இடங்கொடுக்க மாட்டேன். போ! பேசாமல் திரும்பிப் போ! இன்னொரு முறை உன்னைக் கண்டால் சுட்டு எரித்து விடுவேன்" என்றார் பக்கிரி.

அதைக் கேட்டுக் கொண்டிருந்த வாந்தி பேதிப் பேய் பக்கிரியைப் பார்த்துச் சொல்லியது. "சாமியாரே! என்னைப் படைத்தவரும் அல்லாதான். மனித உயிர்களை வாரிக் கொண்டு போகும் தொழிலுக்கென்றே என்னை அல்லா உண்டாக்கியிருக்கிறார். எனக்கென்று அல்லா வகுத்த தொழிலைச் சரியாகச் செய்ய வேண்டியது என் கடமை. உலகத்தில் நடக்கும் எல்லாச் செயல் களும் அல்லாவின் திருவருளால் நடப்பனவேயன்றி வேறல்ல. அவனின்றி ஓர் அணுவும் அசைவதில்லை. ஆகவே என் கடமையைச் செய்வதை நீர் தடுக்க முடியாது. முடிந்தாலும் நீர் அதனைத் தடுக்க முயலுதல் சரியான செயலுமாகாது.

மக்கத்திற்கு வந்தவர்கள் எல்லோருமே நல்லவர்கள் என்றும், உண்மையான பக்தர்களென்றும், நம்பிக்கை உள்ளவர்கள் என்றும் எண்ணிவிட முடியாது. எத்தனையோ பாவிகளும், தீயவர்களும் வேத விதிகளை மீறி நடப்போரும் அங்கு வந்திருப்பார்கள். மேலும் நல்லவர்கள் எல்லோருமே சாகாமல் இருக்க வேண்டுமென்பது அல்லாவின் விதியல்ல. பாவிகள் மாத்திரமல்லாமல் அப்பாவிகளும் சாகத்தான் செய்கிறார்கள்.

வேறு வேறு நோய்களுக்கு ஆட்பட்டு வருந்தி வருந்தி துடிதுடித்துக் சாவதைக் காட்டிலும் வாந்தி பேதியால் உடனடியாகச் சாவது மனிதர்களுக்கு வேதனை குறைந்த சாவாக இருக்குமேயன்றித் தீங்காக மாட்டாது. ஆகவே, எக்காரணத்தைக் கொண்டும் நீர் என்னைத் தடுப்பதும், வந்த வழியே திரும்பிப் போகும் படி கட்டளையிடுவதும் பொருத்தமாகாது."

“ஆனால், பெரிய மகானாகிய தங்களுக்கு ஓரளவு அமைதி தரக்கூடிய ஓர் ஏற்பாட்டுக்கு நான் ஒப்புக் கொள்கிறேன். மக்கத்தில் நான் சென்று இத்தனை பேரைத்தான் கொல்லலாம் என்று வரையறை செய்து தாங்கள் ஒரு கட்டளையிடுங்கள். அந்தக் கட்டளைக்குக் கீழ்ப்படிவதாக நான் அல்லாவின் பேரால் ஆணை யிட்டுக் கூறுகிறேன்” என்று கூறியது வாந்திபேதிப் பேய்.

வேறு வழியில்லை என்று கண்ட பக்கிரி இந்த ஏற்பாட்டுக்கு ஒப்புக் கொள்ள வேண்டியதாயிற்று. அவர் அந்தப் பிசாசைப் பார்த்து இவ்வாறு கூறினார். “சரி நீ போ, அங்கே இலட்சக்கணக்கான மக்கள் வந்திருப்பார்கள். அங்கே நீ ஒரே ஓராயிரம் பேரை மட்டும் கொல்ல நான் அனுமதிக்கிறேன். அதற்குமேல் ஓர் உயிரைக் கூட நீ தீண்டலாகாது. மீறினால் நான் உன்னைச் சும்மா விட மாட்டேன் எச்சரிக்கை!” என்று அதனை எச்சரித்து அனுப்பினார்.

வாந்திபேதிப் பேய் சரியென்று கூறிவிட்டு மக்கத்திற்குப் போயிற்று.

சில நாட்கள் சென்றன. மக்கத்தில் திருவிழா முடிந்து மக்கள் தத்தம் ஊருக்குத் திரும்பினார்கள். அவ்வாறு திரும்பியவர்களில் சிலர் பாரசீகத்தின் வழியாகச் சென்றார்கள். அவர்கள் மூலம் மக்கத்து விழாவைப் பற்றி பக்கிரி விசாரித்தார். வாந்திபேதியால் இலட்சம் பேர் இறந்து போனார்கள் என்று அறிந்தார். அவர் மனம் துடிதுடித்தது. சினம் பொங்கியது. வாந்திபேதிப் பிசாசைச் சபித்துக் கொண்டேயிருந்தார்.

மக்கத்தில் வேலை முடித்துக் கொண்டு வாந்திபேதிப் பேயும் அந்த வழியாகவே இந்தியாவிற்குத் திரும்பியது. வழியில் பக்கிரியைப் போய்ப் பார்த்து வணக்கம் செய்தது.

அதை நேரில் கண்டதும் பக்கிரிக்கு வந்த கோபம் அப்படி இப்படிப்பட்டதல்ல. “போக்கிரிப் பேயே! பொய் சொல்லி நாயே! ஆயிரம் பேருக்கு மேல் கொல்வதில்லை என்று உறுதி சொன்னாயே! அல்லாவின் பேரில் ஆணையிட்டாயே! இப்போது இலட்சம் பேரைக் கொன்று விட்டாயே! உன்னை என்ன செய்கிறேன் பார்!” என்று துடிதுடித்துக் கடுஞ்சினத்துடன் கொதிக்கின்ற எண்ணெய் போல் குதிகுதித்துப் பேசினார்.

வாந்திபேதிப் பேய் சிறிதும் அஞ்சவில்லை. கலகலவென்று சிரித்தது.

"முனிவர் பெருமானே! என்னை முனிய வேண்டாம். அல்லாவின் பேரால் ஆணையிட்டபடி நான் ஆயிரம் பேருக்கு மேல் ஒருவரைக் கூடத் தீண்டவில்லை. என்னால் இறந்தவர் சரியாக ஆயிரம் பேர்தான். மற்றவர்களோ வீண் பயத்தினால் வாந்தியும் பேதியும் ஏற்பட்டு மாண்டனர். அவர்கள் பயந்து செத்ததற்கு நான் என்ன செய்வேன். அது என் குற்றமாகுமா?" என்று கேட்டது.

அதைக் கேட்டுப் பக்கிரி பெருமூச்சு விட்டார்.

"ஏ மனித இனமே. பயத்தால் தன்னைத் தானே ஓயாமல் கொலை செய்து கொண்டிருக்கும் உன்னுடைய மூடத்தனத்தை நினைக்க நினைக்க என் நெஞ்சு கலங்குகிறதே! என் செய்வேன்? எல்லாம் அல்லாவின் திருவுள்ளப்படியே நடக்கிறது. நம்மால் என்ன செய்ய முடியும்! அல்லாஹோ அக்பர்! அல்லாவின் நாமம் வெல்வதாக!"

இவ்வாறு தன்னைத் தானே தேற்றிக் கொண்டு அமைதியடைந்தார் அந்தப் பக்கிரி.

16. காக்கும் தெய்வமே கொன்றால்

இராமர் வனவாசம் செய்து கொண்டிருந்த காலம் அது. ஒரு நாள் இராமர் தன்னந்தனியாக காட்டில் சுற்றிக் கொண்டிருந்தார். மிக அலைந்ததனால் தண்ணீர் தவித்தது. குடிப்பதற்கு தண்ணீர் எங்குக் கிடைக்கும் என்று நீர் நிலைகளைத் தேடி அலைந்தார். கடைசியில் பம்பாசரஸ் என்ற ஒரு குளத்தைக் கண்டார்.

குளத்தைக் கண்டதும் மிக அவசரமாக நடந்து சென்றார். குளத்தின் தரையில் தம் அம்பையும், வில்லையும் தரையில் ஊன்றி நிறுத்தி விட்டுக் குளத்தில் இறங்கினார். தவிப்பு அடங்கும் வரையில் குளிர்ந்த நீரை இரு கையாலும் அள்ளியள்ளிப் பருகினார். பிறகு கரைக்கு ஏறி வந்தார்.

தாம் தரையில் ஊன்றிய வில்லையும் அம்மையும் எடுத்தார். அம்பின் நுனியில் பச்சை இரத்தம் செந்நிறமாகப் படிந்திருந்தது. இராமர் அன்று வேட்டையே ஆடவில்லை. அப்படியிருக்க அம்பில் எப்படி இரத்தம் வந்தது. அவருக்கு வியப்பாய் இருந்தது.

குனிந்து பார்த்தார். காரணம் தெரிந்தது. வேகமாகக் குளத்தில் இறங்க விரும்பிய இராமர் தரையைப் பார்க்காமலே தம் அம்பை ஊன்றியிருக்கிறார். ஊன்றிய இடத்தில் ஒரு தவளை உட்கார்ந் திருந்தது. அதன் முதுகில் பாய்ந்து வயிற்றைக் கிழித்துக் கொண்டு தரையில் சொருகியிருக்கிறது அம்பு.

இரத்த வெள்ளத்தில் மிதந்த தவளையைக் கண்டபோது இராமருக்கு இதயம் துடிதுடித்தது. தான் அறியாமல் செய்த பிழைக்குப் பதைத்து வருந்திய இராமர் அந்த தவளையை நோக்கினார்.

"ஏ தவளையே! நான்தான் பார்க்காமல் அம்பை ஊன்றி விட்டேன் நீயாவது கத்தியிருக்கக் கூடாதா? நீ கத்தியிருந்தால் நான் கவனித் திருப்பேனே!" என்று கேட்டார்.

"இராமா, எனக்கு ஏதாவது துன்பம் ஏற்படும் காலத்தில் "இராமா என்னைக் காப்பாற்று!" என்று நான் சொல்வது வழக்கம். ஆனால், காப்பாற்றுங் கடவுளாகிய நீயே என்னைக் கொல்லும்போது நான் யாரைக் கூப்பிட்டு என்ன சொல்வேன்?" என்று கேட்டது.

சிறிது நேரத்தில் அது மூச்சிழந்து விட்டது.

இறந்து விட்ட அந்த தவளையைத் துயரத்தோடு பார்த்துக் கொண்டிருந்த இராமர் பெருமூச்சு ஒன்றை விட்டார். பிறகு, அழுத்துந் துயரம் மிகுந்த நெஞ்சோடு அங்கிருந்து புறப்பட்டார்.

அறியாமல் செய்யும் பிழையும் தீய பயனையே கொடுக்கும். ஆகையால் எந்தச் செயலிலும் அவசரம் கூடாது. எதையும் கவனத் தோடு செய்ய வேண்டும்.

❖

17. பரமனை அழைத்த பக்தன்

ஓர் ஊரில் ஒரு மனிதன் இருந்தான். அவன் தெய்வ பக்தி மிகுந்தவன். எப்போதும் அவன் கடவுளை மறப்பதில்லை.

ஒரு நாள் அந்தப் பக்தன் மீது காரணமில்லாமல் ஏதோ ஒரு குற்றத்தைச் சாட்டி ஒரு சலவைத் தொழிலாளி வம்புக்கு வந்தான். வம்பிழுத்த சலவைத் தொழிலாளி பக்தனைத் தேடி கொண்டு அடிக்கவும் செய்தான். வலிப்பொறுக்காத பக்தன், "நாராயணா! நாராயணா!" என்று கூவினான்.

வைகுண்டத்தில் திருமகளோடு வீற்றிருந்த நாராயணனுடைய காதுகளில் இக் கூக்குரல் விழுந்தது. பக்தனின் துயர் பொறுக்க மாட்டாத நாராயணன் எழுந்து இரண்டு அடிகள் நடந்த நாராயணன் திரும்பவும் இருக்கையில் வந்து அமர்ந்தார்.

"அவசரமாகக் கிளம்பினீர்களே, பெருமானே, ஏன் அதற்குள் திரும்ப உட்கார்ந்து விட்டீர்கள்?" என்று திருமகள் கேட்டாள்.

"நான் போக வேண்டிய தேவையில்லாமல் போய்விட்டது" என்றார் நாராயணப் பெருமாள்.

திருமகள் அவர் கூறிய சொற்களின் பொருள் புரியாமல் விழித்தாள்.

"திருவே என் பக்தன் ஒருவனை சலவைத் தொழிலாளி அடித்தான். பக்தன் வலி தாங்காமல் துடித்தான். என்னைக் கூவியழைத்தான். அவன் துன்பத்தைப் போக்குவதற்காக நான் புறப்பட்டேன். ஆனால், அதற்குள், என் பக்தனும் சலவைத் தொழிலாளி ஆகி விட்டான். தன்னையடித்த சலவைத் தொழிலாளியை அவனே திருப்பியடித்து விட்டான், இனி நான் அங்கு போய்ப் பயனில்லை என்றுதான் திரும்ப உட்கார்ந்து விட்டேன்" என்றார் பெருமான்.

முழுக்க முழுக்கக் கடவுளை நம்பியிருப்பவர்களுக்குத்தான் அவருடைய அருள் கிடைக்கும். முழு நம்பிக்கையற்றவர்களுக்கு அவருடைய உதவி கிடைக்காது.

18. திருடன் போட்ட வேடம்

ஓர் ஊரில் ஒரு திருடன் இருந்தான். நள்ளிரவில் வீடுகளில் புகுந்து திருடுவது அவன் வழக்கம். திருடித் திருடி அவன் திருட்டுத் தொழிலில் தேர்ந்தவனாகி விட்டான்.

சின்ன வீடு, பெரிய வீடு, ஏழை வீடு, பணக்காரன் வீடு எல்லா வீட்டிலும் அவன் திருடியிருக்கிறான். ஆனால் அரசனுடைய அரண்மனையில் மட்டும் அதுவரை அவன் திருடியதில்லை. அரண்மனையில் அதுவும் அரசனிடத்தில் ஏதாவது திருடிவிட வேண்டும் என்று ஒருநாள் தோன்றியது. அரண்மனையில் புகுந்து யாரிடமும் அகப்படாமல் அரசனுடைய பொருளைத் திருடிக் கொண்டு வந்துவிட்டால் தான் பெரிய திறமைசாலி என்று சொல்லிக் கொள்ள முடியும் என்று அவன் நினைத்தான்.

திட்டமிட்டப்படி அவன் ஒரு நள்ளிரவில் அரண்மனைக்குள் புகுந்தான். எப்படியோ அரண்மனைக் காவலாளிக் கண்ணில் படாமல் உள்ளே நுழைந்து விட்டான். அரசனுடைய படுக்கையறை யருகிலும் சென்று விட்டான். அப்போது அரசன் அரசியுடன் பேசிக் கொண்டிருந்தான். பேசி முடித்து உறங்கட்டும் என்று திருடன் வெளியே ஓர் இருட்டு மூலையில் ஒளிந்து காத்துக் கொண்டிருந்தான்.

அந்த அரசன் தெய்வ பக்தியுடையவன். தெய்வபக்தியைக் காட்டிலும் அவனுக்கு அடியார் பக்தி அதிகம். அதாவது தெய்வத்தை வணங்குகின்ற பக்தர்களை அந்த அரசன் தெய்வ மாகவே எண்ணி வணங்குவான். அப்படிப்பட்ட அந்த அரசனுக்கு ஓர் அழகான மகள் இருந்தாள். இளவரசியான அந்த மகள் திருமண வயதையடைந்தாள். அதனால் அவளுக்குத் திருமணம் செய்து வைக்க வேண்டுமென்று அரசி ஆசைப்பட்டாள். ஆகவே அவள் அன்று இரவு தன் மகள் திருமணத்தைப் பற்றி அரசனிடம் பேசத் தொடங்கினாள்.

"அரசே நம் மகள் திருமண வயதையடைந்து விட்டாள். விரைவில் அவளுக்கு நல்ல மாப்பிள்ளை ஒருவனைப் பார்க்க வேண்டுமே!" என்றாள் அரசி.

"ஆம்! நம் மகளுக்கு நாம் பார்க்கும் மாப்பிள்ளை ஒரு தெய்வ பக்தராக இருக்க வேண்டும்" என்றார் அரசர்.

"அப்படியானால்....."

"நம்ம ஊர் ஆற்றங்கரையிலே சாமியார்கள் இருக்கிறார்கள் பார்த்திருக்கிறாய் அல்லவா? அவர்களில் ஒருவருக்கு நம் மகளைத் திருமணம் செய்து வைக்க வேண்டும். தெய்வத்தின் அருளால் பிறந்த நம் மகளைத் தெய்வ பக்தர் ஒருவருக்குக் கொடுக்கவே விரும்பு கிறேன்" என்றான் அரசன்.

"தங்கள் விருப்பமே என் விருப்பம்" என்றாள் அரசரை என்றுமே எதிர்த்துப் பேசியறியாத அரசி.

"நாளையே நான் ஏற்பாடு செய்கிறேன்" என்றான் அரசன்.

அதற்குப் பிறகு அவர்கள் பேச்சை நிறுத்தி விட்டு உறங்கி விட்டார்கள்.

வெளியில் ஒளிந்திருந்த திருடன் அவர்கள் பேச்சைக் கேட்டுக் கொண்டிருந்தான். நான் இங்கு வந்த நேரம் நல்ல நேரம்தான். இளவரசியை மணம் புரியும் வாய்ப்பு எனக்கு ஏற்பட்டிருக்கிறது. நான் இப்போது திருட வேண்டியதில்லை. நாளை ஆற்றங்கரைக்குப் போய் சாமியார்களோடு சாமியாராய் உட்கார்ந்துவிட வேண்டியது

தான். வாய்ப்பு இருந்தால் இளவரசியின் கணவன் ஆகிவிடுவேன். அதனால் அரசருக்கு வாரிசும் ஆகிவிடுவேன் என்று எண்ணிக் கொண்டே திருடன் அங்கிருந்து கிளம்பினான்.

எப்படித் தந்திரமாய் அரண்மனையின் உள்ளே நுழைந்தானோ அப்படியே வெளியேறி விட்டான். மறுநாள் அவ்வூர் ஆற்றங் கரையில் சாமியார் வேடத்துடன் போய் ஒரு மரத்தடியில் உட்கார்ந்து கொண்டான்.

அரண்மனை அதிகாரிகள் வந்தார்கள். ஆற்றங்கரையில் மரங்களின் அடியில் ஆங்காங்கே உட்கார்ந்து இறைவனை நோக்கித் தொழுது கொண்டிருந்த சாமியார்களைக் கண்டார்கள். ஒவ்வொருவரிட மாகச் சென்றார்கள். "ஐயா, தாங்கள் எங்கள் அரசன் மகனைத் திருமணம் செய்து கொள்ள வேண்டும்" என்று கேட்டார்கள். குடும்ப வாழ்க்கையே வேண்டாம் என்று வந்திருந்த அந்த உண்மையான சாமியார்கள் இளவரசியைத் திருமணம் செய்து கொள்ள மறுத்து விட்டார்கள். அதிகாரிகள் அரசருடைய விருப்பத்தை எவ்வளவோ எடுத்துக் கூறியும் அந்தச் சாமியார்கள் ஒப்புக் கொள்வதில்லை.

சாமியார் வேடத்தில் இருந்த திருடனிடம் வந்தார்கள். மற்ற சாமியார்கள் மறுத்து விட்டதைக் கவனித்த திருடன் தான் உடனே ஒப்புக் கொண்டால் ஐயம் தோன்றக் கூடும் என்று எண்ணி முதலில் மறந்து விட்டான். ஆனால் அதிகாரி மேலும் மேலும் வேண்டிய போது இப்பொழுதே ஒப்புக் கொள்ளலாமா, இன்னும் சிறிது நேரங்கழித்து ஒப்புக் கொள்ளலாமா? என்று நினைத்துக் கொண்டே பதில் பேசாமல் இருந்தான்.

அதிகாரிகள் அரசனிடம் திரும்பிச் சென்றார்கள். "மன்னவா, எந்தச் சாமியாரும் இளவரசியைத் திருமணம் புரிய ஒப்புக் கொள்ள வில்லை. ஆனால், இளம் வயதுடைய ஒரு சாமியார் இருக்கிறார். தாங்களே நேரில் வந்து கேட்டுக் கொண்டால் ஒருவேளை அவர் ஒப்புக் கொள்ளக் கூடும்" என்றார்கள். இதைக் கேட்ட அரசன் உடனே ஆற்றங்கரைக்குப் புறப்பட்டான்.

அதிகாரிகள் சுட்டிக்காட்டிய சாமியார் வேடத்தில் இருந்த திருடனிடம் வந்தான். தன் விருப்பத்தை எடுத்துக் கூறினான்.

திருடன் அப்பொழுது சிந்தித்தான்.

"சாமியார் வேடத்தில் இருக்கும் என்னை அரசனே வந்து கெஞ்சுகிறான். வேடத்தில் இருக்கும்போதே இவ்வளவு பெருமை யிருந்தால், உண்மையான சாமியாராக இருந்தால் எவ்வளவு பெருமையுண்டாகும். அரசன் மகள் எனக்கு வேண்டாம். இன்று முதல் நான் உண்மையான சாமியாராகவே ஆகிவிடுகிறேன். இனி எனக்குக் கடவுளே எல்லாம்."

மனந்திருந்தியே திருடன் அரசன் மகளை மணக்க மறுத்து விட்டான். அரசன் திரும்பச் சென்று விட்டான். அந்தத் திருடனோ, உண்மை பக்தனாகி பிற்காலத்தில் ஒரு பெரிய மகாத்மா ஆகி விட்டான்.

உயர்ந்தவர்களைப் போல் வேடம் போடுபவர்களுக்கு சில சமயங்களில் உயர்ந்த எண்ணங்களும் உண்டாகும். உயர்ந்த எண்ணங்கள் ஒருவனை உயர் நிலைக்குக் கொண்டு செல்லும்.

❖

19. ஏழாவது வாசல்

ஒரு மனிதனுக்குத் தன் நாட்டின் மன்னரைக் காண வேண்டும் என்று ஆசை உண்டாயிற்று. தன் நண்பன் ஒருவனிடத்தில் தன் ஆசையை எடுத்துச் சொன்னான். அவன் அரண்மனையில் வேலை பார்க்கும் ஒரு நண்பனிடம் சொல்லி அந்த மனிதனை அரண்மனைக்கு அழைத்துச் செல்ல ஏற்பாடு செய்தான்.

ஒரு குறிப்பிட்ட நாளன்று அந்த மனிதன், அரண்மனை வேலைக் காரனுடன் மன்னரைக் காணப் புறப்பட்டான். இருவரும் அரண்மனையை அடைந்தார்கள். முதல் வாசலைக் கடந்தவுடன், அங்கேயிருந்த கூடத்தின் நடுவில் ஒருவன் பகட்டான உடையணிந்து அமர்ந்திருந்தான்.

அவனைச் சுற்றிலும் ஏவலரும் காவலருமாகிய பரிவாரத்தினர் சூழ்ந்து நின்று கொண்டிருந்தனர். அவன் படாடோபமாக அதிகாரங்கள் செய்து கொண்டிருந்தான். அதைக் கண்ட மனிதர்கள் நண்பனை நோக்கி "இவர் தாம் மன்னரா?" என்று கேட்டான்.

"இவரல்லர்" என்று சொல்லி விட்டு அரண்மனை வேலைக்காரன் உள்ளே அழைத்துச் சென்றான்.

இரண்டாம் வாசலைக் கடந்தார்கள். அங்கே மேலும் படாடோ பமாகக் காட்சியளித்தான் ஓர் அதிகாரி. அவனைப் பார்த்து "இவர் தாம் மன்னரா?" என்று கேட்டான் அந்த மனிதன்.

"இல்லை வா" என்று கூறி மேலும் உள்ளே அழைத்துச் சென்றான் அரண்மனை வேலைக்காரன்.

இப்படியே ஆறு வாசலும் தாண்டினார்கள். அங்கங்கே தோன்றிய மேல் அதிகாரிகளைச் சுட்டிக் காட்டி, "இவர் தாம் மன்னரா?" என்று கேட்டுக் கொண்டு சென்றான் அந்த மனிதன்.

"இவரில்லை இவரில்லை" என்று சொல்லிக் கொண்டே மேலும் உள்ளே உள்ளே அழைத்துச் சென்றான் அரண்மனை வேலைக்காரன்.

ஏழாவது வாசலைத் தாண்டியதும் அங்கே உண்மையான மன்னரே அமர்ந்திருந்தார். அவரைக் கண்ட மனிதன் "இவர்தானா மன்னர்?" என்று கேட்கவில்லை. அவருடைய மேன்மைத் தோற்றமும், வீரப்பொலிவும் அவர் தாம் மன்னர் என்ற ஐயத்திற்கிடமற்ற எண்ணத்தையுண்டாக்கி விட்டன. அவன் உள்ளத்தில் இவருக்கு மேல் எவரும் இல்லை என்ற உணர்வைப் பதித்து விட்டன. ஒரு மாபெரும் தலைவர் முன் நிற்கிறோம் என்ற பேருணர்வு தோன்றியது.

அந்த நிலை தனக்குக் கிடைத்ததை எண்ணியெண்ணி, வியப்புற்றுப் பெருமகிழ்வு பொங்கி அவன் பூரித்துப் போய்ப் பேச்சில்லாமல் நின்றான்.

கடவுளின் உண்மையை உணர்ந்தவர்களுக்கு, அந்தக் கடவுள் தன்மையில் ஐயம் தோன்றுவதில்லை. அவர்கள் உறுதியாகக் கடவுளை உணர்ந்து விடுவதனால், "இது கடவுள் தானா?" என்று யாரையும் கேட்பதில்லை. இது கடவுள் தானா என்று கேட்கும் நிலையில் உள்ள எதுவும் உண்மையான கடவுள் ஆகா என்பதை இக்கதையிலிருந்து அறிகிறோம்.

❖